கவிக்கூ - 2

கார்கவி கவிதைகள்

கார்கவி

Copyright © Karkavi
All Rights Reserved.

ISBN 978-1-63850-168-8

This book has been published with all efforts taken to make the material error-free after the consent of the author. However, the author and the publisher do not assume and hereby disclaim any liability to any party for any loss, damage, or disruption caused by errors or omissions, whether such errors or omissions result from negligence, accident, or any other cause.

While every effort has been made to avoid any mistake or omission, this publication is being sold on the condition and understanding that neither the author nor the publishers or printers would be liable in any manner to any person by reason of any mistake or omission in this publication or for any action taken or omitted to be taken or advice rendered or accepted on the basis of this work. For any defect in printing or binding the publishers will be liable only to replace the defective copy by another copy of this work then available.

பொருளடக்கம்

முன்னுரை	v
1. அம்மா	1
2. இருளின் இம்சை	4
3. செவ்வானம்	5
4. மனநிலையின் மகத்துவம்	6
5. ஏழ்மை ஞானம்	7
6. அலாதி ஆத்திரம்	8
7. மறைந்த நொடிகள்	9
8. அடியேய் கருவாச்சி	10
9. அதிகாலையில் நான்	11
10. புள்ளிங்கோ புலவன்	12
11. எங்கே...என் செல்லம்மா...	13
12. நான் என்றும் நானாக	15
13. வேண்டும்...... வேண்டும்	16
14. வேகத்தடை வேதனைகள்	17
15. தடுமாறிய நிகழ்வுகள்	18
16. என் இதயம் நிறைந்த அம்மாப்பா......	19
17. ஆணாக நான் பிறந்தேன்	20
18. அவளின் விரல் நுனி	21
19. வாழ்தல் அழகு	22
20. நான் மாறிவிட்டால்	23
21. தலை நிமிரா மனம்	26
22. கிழித்தெறிந்த 2020	27
23. #கைத்தவறிய #கவலைகள்	29

பொருளடக்கம்

24. தேடல்	30
25. பயணம்	31
26. மௌன நிழல்கள்	32
27. மங்கிய மனம்...	33
28. அந்த ஒரு தனிப்பயணம்...	34
29. #ஏக்கம் #நிறைந்த #நிலங்களே....	35
30. #என் #இனிய #கைரேகையே....!	36
31. #யாருக்கு #தெரியும்	38
32. #அவள்	40
33. #காலமே.....	41
34. #மனம்	42
35. #என்னடா #வாழ்க்கை எனும்..இன்ப வாழ்க்கை....	43
36. #பெருமழையின் #தூறல் #நீ	44
37. (#அந்த #அழகிய #வேளை...)	45
38. #இன்று #பார்த்த #ஒரு #நிலா	46
39. ஏக்கம் நிறைந்த நிலங்களே....	47
40. அம்மா	48
41. நம்பிக்கை	51
நான்	53

முன்னுரை

அன்பார்ந்த வாசகர்களுக்கு வணக்கம்.. எனது இந்த கவிக்கூ புத்தகத்தில் கோர்த்து வைத்துள்ள ஒவ்வொரு கவிதை மாலைகளும் எனது புதுக்கவிகள்...நான் இதில் தமிழின் கவிதை நடையில் கவிக்கூ என்ற புது கவிதை முறையை அறிமுகப்படுத்தி உள்ளேன்...எனது கவிதைகள் படித்து ருசிப்போர்க்கு விருந்தாக, சூடிக்கொள்வோர்க்கு மணம் மிகுந்த தமிழ்மாலையாக அமையும் என்ற நம்புகி-றேன்..

எல்லாம் நன்மைக்கே.. என்றும் என் பெற்றோர் ஆசியு-டன்..

கார்கவி@சேகா நாகப்பட்டினம்

1. அம்மா

ஆயிரம் துன்பங்கள் வந்தபோதும்
அனுதினம் சோகம் வந்து போகும்
அத்தருணம் என் நினைவில்-பாசமிகு ஆறுதலை
அன்னைமடி தந்து போகும்.../
அரைநொடி கிடைத்தால் போதுமெனக்கு -என் அன்னையை
நனைத்திடுவேன் முழுதாக அவள் நினைவாள் வந்த என் இன்ப
கண்ணீர் கொண்டு...../
இயற்கை வரைந்த ஓவியம் கன்னி என்றானதோ-என்னைப்பெற்று
இவ்வுலகில் அன்னை என்றானதோ...!/
அவள் கண்கலங்கவச்சி
கை கால்கள் நடுங்க வச்சு
என் சத்தம் காதில் விழ
அவள் சத்தத்தில் ஊரே எழ.../
வீல் என்ற ஒலி கேட்டு
கை கால்கள் ஆட்டம் விட்டு
பிறந்தவன் நான் என கேட்டு
கண்ணசத்தாள்..
என் கருணை கடவுள்...../
நான் போட்ட திட்டத்திலும்
அதில் பெற்ற பட்டத்திலும்
முன்வரி அவள்தானே....
என் முற்றும் அவள்தானே..../
விழி அசந்து பாத்துவிட்டு
நான் எங்கே என கேட்டுவிட்டு,பசிக்காக அழுவேனென்று..

தன்மார்பில் எனை அணைச்சு
பால் தந்தாய் பசி போச்சு..../
அப்பா வந்து எனைதூக்க..
பாத்து என அவள் காக்க..
பிஞ்சு விரலில் நெஞ்சம் தொட
நஞ்சும் கூட அமிர்தமானது
என் தந்தைக்கு..../
பசி வந்து நான் அழுதா பக்கத்துல தூக்கிவச்சு
பல ஆச மனசில் வச்சு
பசியாத்து விட்டுடுச்சு...../
நான் வளர நாள் உண்டு..
ஏன் வளர வேண்டும் இன்று...
என் அழுகை தடுத்தாலே
தன்மார்பில் மனப்பால் கொடுத்தாலே..../
கன்னியும் ஒருவகை கடவுளம்மா
என்னை கண்டெடுத்த கண்கடவுள்
என் அம்மா...../
பதினாறு நாள் வச்சு..
ஊர் சூழ பேர் வச்சு
உன்.வாயால் முத்தம் வச்சி
கை தொட்டு தூக்கயில கடும் தவம் செய்தேனம்மா..../
சுற்றத்தார் எனைக்கொஞ்ச
உன்னவரும் உனைக்கொஞ்ச
தன்மகனை தான் தூக்கி அணச்ச சுகம் போதும்ம்மமா..../
காய்ச்சல் வந்து நான் அழுதால்
உன் கண்கள் சிவந்த்தம்மமா
அந்த நேரம் காய்ச்சல் கூட கண்கலங்கி அழுத்ததம்மா.../

எனைதூக்கி பால் கொடுக்க
உன்மடிகாம்பை நான் கடிக்க
கஸ்டம் என என்னாமல் இன்பமாக ஏற்றவளே.../
வருடங்கள் பர உருண்டபோதும்
என் கால் தூக்கி தரையில் நான் நின்றபோதும்-என் கால்கள்
நோவுமென உன் இடையில் வைத்தாயே....
இப்போது ஏன் எனை அருகில் நீ வைத்தாயே...
நித்தமும் தவழ உன் இடை கொடுதாயே.../
குறுப்புகள் நான் செய்தால் குற்றம் நீ காணல...
அரும்பு மலர் பூத்தது போல் அள்ளிதினம் கோர்த்தாயே...
வேண்டும்ம்மா..வேண்டும்ம்மா..
அந்த சுகம் வேண்டும்ம்மா.../
என் நாவோ வலம்புரண்டு,வார்த்தை எல்லாம் கரைபுறண்டு கரை-
யேறும் நேரத்துல முதல் கசிந்தசொல் உன்னதம்மா.../
என் அம்மா.

2. இருளின் இம்சை

நிலாக்களின் வேதனையை மேகங்கள் சொல்லிவிட
சூரியன் நாளை வருவான்,யார் அதை கண்டு களிப்பார்...
உணவுகளில் பருக்கை கீழ் நிழல்...
உறவுகளில் சிரப்பின் பின் நிழல்..
ஊர் வரும் வரை காத்திருந்த ஈ க்கு
ஈசலின் ஒருநாள் புலப்படவில்லை...
ஏனோ இந்த இருளின் இம்சை....

3. செவ்வானம்

அதோ
அந்த செவ்வான ஓடையில்
மஞ்சள் வண்ணம் இடைபூசி
இதோ வருகிறேன்
உனை வருடி செல்கின்றேன் என்று..
எனை ஒவ்வொரு நாளும்
மாலை ஏமாற்றி
காலை நகைப்புடன் எழுகிறான்..
போன ஜென்ம சூரியன்..
இந்த ஜென்ம காரிகை...❤?
மாலை நேரம் கசங்கிபோனது இக்காட்சியைப்பிடித்து அமத்தி வைத்த அலைபேசி நொடிகள்....
கரம்பிடித்த வாகன திசை..
வயல் வரப்பில் நண்டின் விசை....
வரம்பில்லாத நீர்சுழல் ஓசை...
இனிமையை திரட்டிய இருளின் ஆசை...
இன்றும் சிவந்தது என்மன செவ்வானம்....

4. மனநிலையின் மகத்துவம்

சில நேரம் அனைவரையும் நலம் என்று சொல்ல வேண்டிகி-
றோம்..
பல நினைவுகள் நம்மை துளையிட்டு வகுத்தாலும்..
வருடங்கள் கடந்தும் அதை மறவாதிருப்போம்..
ஏன் இந்த நிலை
இந்த தரிகெட்ட மனதிற்கு என்னவாயிற்று..
உருவான நொடிகளிலே அன்னை அன்பு தேடும் இதயத்திற்கு
சிரித்து பேசும் அன்பு உள்ளங்களை மறக்க இயலுமா என்ன....
நீங்காத நினைவுகளில் தவித்திடும் மனதை
கடிவாளம் போட்டுவிட
இறுதிகட்ட அன்பாக அவள்....
ஏனடா இந்த மனம்
இப்படி அலைபாய்கிறது...
இன்ப தேடலா...
இறுதி தேடலா...
எதிர்பாராத வருகை தேடலா....
இளமையின் வருகையில் இதோ விரக்தி நொடிகள்...

5. ஏழ்மை ஞானம்

புத்தகம் இல்லாமல் அறிவு பிறந்தது..
ஆசைகள் இல்லாமல் அனைத்தும் கிடைத்தது
அம்மாவின் மடியில் இடம் கிடைத்தது..
பால் அருந்த ஏனோ தனிமை கிடைத்தது...
பக்கத்து வீடுண்டு..
பள்ளி செல்லும் பிள்ளையுண்டு...
பார்ப்பவர் ஏழ்மை புதுமை நான்...
உண்டியல் காசெடுக்க புரியதா துளைகளுண்டு...
புண்வந்தால் ஆற்றிவிட மண் உண்டு...
புரியாத கேள்விகளுக்கு குப்பை காதிக விளக்கம் உண்டு....
புன்னகையை பார்த்திட பல்போன பல வீட்டு கிழங்கள் உண்டு...
பகுத்தறிவு கண்டு வீடு சேர்க்கா நன்மனிதர்கள் உண்டு....
வார்த்தகளை கக்கிவிட்டு வசப்பட்ட உலகாக எண்ணி வளர்ந்து வரும் பிள்ளை நான்...
ஏழ்மைக்கே தொல்லை நான்.....

6. அலாதி ஆத்திரம்

ஏன் இந்த பதட்டநிலை என்று தடுமாறி மனம் நொந்து வந்த்து கோவம்...

இருக்கையில் அமர்ந்து கைகள் உயர்த்தி கவலையில் வந்தது கோவம்....

ஏன் என்னை அப்படி நினைத்தார் என என்னுகையில் உதயமா-னது கோவம்....

உறவுகள் உயர்த்த முயலும் பொழுது ஏமாற்ற சூழலில் பெருகியது கோவம்....

இயந்திர வாழ்வில் எண்ணெய் தீர்ந்து வற்றும்பொழுது பீறிட்டது கோவம்....

ரௌத்திரத்தின் காரணம் கோவம்...

கைம்பெண்ணின் கண்ணாடியில் கோவம்....

பசி தீர்க்கையில் கடை பருக்கை கோவம்....

கையேந்தி நிற்கையில் ஏளனப்பார்வையில் கோவம்.....

இடது கை எட்டியும் வலது கை எட்டாத முதுகுபுறம் கோவம்....

மூக்குத்தி குத்துகையில்

அழாதே எனும் ஆறுதல் கோவம்....

*ஆயிரம் நிலைகளில் *அலாதி ஆத்திரம்....**

7. மறைந்த நொடிகள்

கண்களை மறைக்க கற்றுக்கொண்டேன்..
காதுகள் இறுக கற்றுக்கொண்டேன்...
நோய்கள் வராதென்றனர்.நொவு வந்தது காதுகளில்....
யாரைப்பார்ப்பது என்று கண்கள் ஏங்கின...
மூக்கின் நுனிச்சிறப்பை மறைத்ததேனோ...
முன்பின் தெரியாதவரின் கண்டதும் பொங்குவது மறைந்து போனது....
சிரிப்பினில் கன்னம் சிவப்பு மறைந்து போனது...
இதழ்சிரிப்பு இருந்த்தா,இறந்த்தா என ஏங்கினேன்....
இதழுக்கும் திரைபோட்டு நோய்பரவல் ஏனோ....
கொஞ்சம் இறக்கி பேசிவிடு...
இதயம் இளகி போகட்டுமே....
போனால் போகட்டும் மறைந்த நொடிகள்....

8. அடியேய் கருவாச்சி

மைகள் நீரம்பிய கார்மேக ஏரி....
கண்சிமிட்டலில் சிந்தாமணி...
காதோர ஆடல்களில் குண்டலங்களின் மணிமேகலை...
முத்திரைகள் பதிந்த கன்னமுடையாள்....
முகத்திரை மூடினால் முடிந்தது இந்த யுகம்....
காரணமாய் பார்த்திட்டாள் கன்னி அவள் என்னை...
எரியாமல் எரிகிறது என்வீட்டில் மண்திண்ணை...
மயங்கிடேன் மனதோரம் படுக்கையில் நானும்....
மனம்தானாய் சொல்லுதடி..
மேயாத மானும்.....
உரக்கநிலை ஆரம்பத்தில் உரசிபோன மதுவே....
இறுதிநிலை தெளிவில் எழுப்பிவிட்ட மதியே....
கார்குழல் கூட்டத்தில் எந்த குழல் நீயடி..
எந்த நிழல் நானடி...
அடியேய் கருவாச்சி......

9. அதிகாலையில் நான்

ஈசல் வந்து எழுப்பிய தருணமது...
ஆடுமாடுகள் சத்தமிட..
சேவல் கோழி கூவல் விட
பனிக்காலம் சாரல் தூவ....
குளிர் என்னை போர்த்திக்கொள்ள
கண்களா. என்னை தி
துயிலில் ஆழ்ந்த..
அம்மாவின் அக்கறையில்..போர்வைகள் போர்த்தலில்..
காகங்கள் ஒரு ஓரம் கரைந்து எனை அழைத்திட..
விடிந்தால் விழாக்கோலம் கூட்டங்கள் சேர்ந்திட..
அம்மை அப்பன் ஒருகதை..
சொந்தம் திரட்டும் புதுக்கதை...
மருதாணி கைகளில்..
அணிந்த மோதிரமோ இன்பக்குழுங்களில்....
சிரிப்புகள் கன்னம் தாண்ட....
முகூர்த்தகால் விண்ணைத்தாண்ட....
குழி நனைந்து பால் நிறைந்து..கால் நிமிர்த்தி..கைகள் தொட்டு
உயர்த்திப்பிடித்த உறுதி கம்பம்.....
இந்த "அதிகாலை வேலையில் நான்"

10. புள்ளிங்கோ புலவன்

ஏ மச்சான்...என்னா மச்சான் சொல்லி வந்த கிட்ட...

நா ஏத்துமர ஏணிபோட்டு ஏ பி சிடி சட்டை...

காதோர கடுக்கனுல கானா பாடும் நேரம்...

தலைக்கு எண்ணெய் கிடைக்கலனா செக்க செவந்த வானம்....

சீன்சு பேண்ட் ஏத்தி இரக்கி சூ வ மாட்டி கிளம்பு...

வெள்ள சூவு..மஞ்ச சூவு..ஏதோ கலரு விளிம்பு....

முடிவெட்ட மறந்துபுட்ட

வெட்டுனது கெத்து....

மரத்தோரம் உரத்தோட மாவா அடி சத்து....

காலையில் ஊட்ல இல்ல காலம் புல்லா ரோடு....

நைட் திரும்ப நேரமானா கடப்போம் இருட்டு காடு...

நல்ல சொல் அப்பன் சொல்லி கேட்டதில்ல நாங்கோ...

நாங்களெல்லாம் கவல இல்லா கட்ஸ் டைப் புள்ளிங்கோ......

11. எங்கே...என் செல்லம்மா...

ஆசைகளில் ஆலமரம் விதை வைத்து அதை சுற்றி வேலி அமைத்தேன்...
அழகான ஆறுமாதம் அதில் அழகாய் இரண்டு இலைகள்....
காற்றடிக்க ஆடியது..
பட்டாம்பூச்சி தொட நாணியது...
வெள்ளத்தில் இடைவரை நிரம்பியது
இன்றும் எனதுயரம் நிற்கின்றது...
வேலிகளில் கொடிகள் சாய்ந்து ஒன்றையொன்று அரவனைத்தது...
சுரை ஒருபக்கமும்,பாகை ஒரு பக்கமும்
அகலப்பரந்து ஆண்டுகொண்டிருந்தன...
ஆண்டுகள் கடந்து வைத்த செடி மரமாகி..
அதன் உடல் தளர்ந்து
பிள்ளபேறு நடந்தது...
பார்த்து பார்த்து ரசித்து கொண்டு பாரம்பரிய குலதெய்வம் குடியமர்த்தி
இருபக்கம் மறைவு வைத்து
நடுவிலொரு சூலம் வைத்து...
சூடம் ஏத்தி வழிபட்டு
ஆண்டு கடந்து நரைத்து போனது...
அவ்வப்பொழுது ஊஞ்சலாம் ஆலமர பின்பக்க நினைவுகள்....
ஆடிப்பாடும் வயதினிலே பாடிப்பறந்து திரிந்த காலம்....

குறள் சொல்லி ஆட்டம்...
வாழ்த்து மறை சொல்லி ஆட்டம் என..
ஊஞ்சலை தள்ளிவிட்டு ஆட்டம் போட்ட...ஆலமர பின் நினை-
வுகள் வந்தோடும்...
சூடம் ஏத்தி கை வணங்கி கண்ணீர்விட்டு சொல்லி முடித்தேன்...
ஏனடி சென்றாய் செல்லமா....
என்று யாரும் அறியாத குலதெய்வமாய் அவளை அமர்த்திய
ஆலமரத்தடியில்....
எங்கே என் செல்லமா......

12. நான் என்றும் நானாக

மனதை திறந்து பேசிட மனங்கள் நிறைய இடமில்லை..
உரங்கள் போட்டு வளர்த்திட மனங்களில் ஈர பொன்மனம் இல்லை..
புதையல் என பெற்றெடுத்த பெற்றோர்கள் தள்ளிவைத்த காலம்....
பூக்களை பறிப்பதற்கு தடைவிதித்தேன் நானும்..
அன்பை அள்ளி கொட்டிவிட யாரும் இல்லை நண்பா...
அண்மைகாலம் அன்பை கேட்டு. அலைகிறேனே வம்பாய்...
ஏன் என்ற கேள்விகளுக்கு பதில் கிடைக்குமிடம் இன்பம்...
ஏதோ சில காரணங்களில் தடைபட்ட நாட்களும் உண்டு....
இதற்காக ஏங்கியதோர் மனமென்று யோசித்தால் இவைதான என விளக்கிவிடுகிறது மறுநாள்....
உறவுகளை எண்ணி எண்ணி தயங்கிய காலம் தாண்டி,தங்கை கால்களை நிலை தாண்டி வந்த சூழல் இன்று....
யார் இருக்கிறார் என்று கேட்டுக்கொள்வதை விட நாம் இருக்கி-றோம் என ஏங்கி வருவோர் ஏந்துபவர் வேண்டும்....
இத்தனையும் முழுகோணத்தில் கண்டு
நான் என்றும் நானாக

13. வேண்டும்...... வேண்டும்

குளிருக்கு பொருந்திய அப்பாவின் சட்டை வேண்டும்.....
வெத்தலை மடிக்கையில் அம்மாவின் கையில் வெற்றிலைக்காம்பு வேண்டும்.....
தொலைக்காட்சி வேளையில் மாற்று சாதனம் கையில் வேண்டும்....
விருப்பமான உணவு வேளையில் பூனை இல்லாத வேளை வேண்டும்....
தாகத்தில் டம்ளர் முடிவில் தாகம் தீர்ந்திட வேண்டும்....
தடுக்கி விழும் வேளையில் இரத்தம் வராத காயம் வேண்டும்.....
மிதிவண்டி ஓட்டுகையில் இருகை விட திறமை வேண்டும்....
அண்ணன் சட்டை மாற்றி போட்டால் ஐநூறு அதில் வேண்டும்....
அக்காளுக்கு சோப் வாங்கினால் அந்த பணத்தில் இரண்டு பத்து சேர்ந்து வேண்டும்....
ஆசைதீர நனைந்தபிறகு மாத்திரை போடாத ஜுரம் வேண்டும்....
சுடு தண்ணீர் குளியலில் சுத்தமான குளியல் வேண்டும்....
எனக்கேற்ற தலைப்புகளில் தமிழில் வார்த்தை நிறைவாக வேண்டும்....

14. வேகத்தடை வேதனைகள்

ஆயிரம் ஆசைகளை பூட்டி வைத்து சிரித்த முகங்கள் கோடி..:
இருக்கட்டும் என்று மனதை இளைப்பாறிவிடும. மனங்களும் உண்டு...

ஏக்கத்தை வரவேற்கின்ற தருணம் அலாதி...

யாருக்கு கவலைகள் இல்லை என எண்ணினாலும் ஏமாற்ற வேளைகளில் சிரித்து மகிழ்வது ரனம்..

யாருமில்லை என என்னுகையில் கால் குத்தும் கருவேலமுள் விளக்கிவிடும் நான் உண்டு வலியாக என்று...

தளர்வுகளை விடு...

தைரியம் கொள்....

வார்த்தைகளில் வெல்....

15. தடுமாறிய நிகழ்வுகள்

சில நேரம் தயக்கம் மிஞ்சி செயல்களை தடுக்கிறது...

ஆயிரம் ஆசைகள் வந்தபிறகு அடையாளம் காணாமல் சென்று விடுகிறது...

தந்தை தாயின் ஆசைக்காக விருப்பங்கள் இழக்க நேரிடுகிறது

குழந்தைகளின் தேவைக்காக தனது தேவையை குறைத்துகொள்ளும் பெற்றோர் உண்டு...

தனது சோற்றில் மிச்சம் கொண்டு நாய்க்கு பரிமாறும் மனங்கள் உண்டு..

ஏன் இந்த காலமென ஏங்கி நிற்கும் காலத்தில் நாம்...

இக்காலமானாலும்...

பலகாலம் தடுமாறிய நிகழ்வாயிற்று....

16. என் இதயம் நிறைந்த அம்மாப்பா......

வயது முப்பதை கடந்தது.வீட்டின் பொறுப்புகளும், கவலைகளும் கண்ணீருடன் வரிசையில் நின்றது...

அம்மாவின் ஆசையான அஞ்சறைப்பெட்டியில் பணமில்லை.

அப்பாவின் சுருட்டுகளுக்கு விடுமுறை கொடுக்க மனமும் இல்லை...

இதையும் கடந்து பல மாற்று கருத்துகளை நினைத்து..நினைத்து. மனதை ஆற்றிக்கொள்கிறேன் இயல்பில்...

இருந்தாலும் இரவிலும்...யாரோ ஒரு சோடியின் பயணத்திலும் என்னையும் தாண்டி சில அவா நினைவுகள்...

அந்த இருசக்கரம் கடந்தபின்பு நான் பழைய நிலைக்கு திரும்பி விடுகிறேன்..

மீண்டும் அதே..வீடு,கவலை,கண்ணீர், வைத்தியம்..பன்னிரண்டை தாண்டி தூக்கமில்லா நிலை....

இருந்தாலும் ஏதோ ஒரு நிம்மதி...

இன்றும் நம்மை யாரிடமும் கை ஏந்திவிட விடாது வளர்த்த பெற்றோரின் சுயமரியாதையும்...

மகனுக்கு நான் படிக்காத படிப்பை தந்நுவிட்டேன் என மார்தட்டிகொள்ளும் அவர்களின் அலாதி கௌரவம்.....

அதை பார்க்கும் பொழுதெல்லாம் என் சோகங்கள் கரைந்து விடுகிறது....

இன்னும் சேர்த்திட நிகழ்வுகள் உண்டு....

என் இதயம் நிறைந்த அம்மாப்பா

17. ஆணாக நான் பிறந்தேன்

அப்பனுக்கு மூத்தவனாய் ஆணாக நான் பிறந்தேன்...
தமக்கைக்கும்,தங்கைங்கும் அண்ணன் தம்பியாய் நான் பிறந்தேன்...
பிள்ளையில்லா சித்தப்பனுக்கு மறுபிள்ளையாய் நான் பிறந்தேன்...
புயல் வீசும் குடிசையில் புதுமகனாய் நான் பிறந்தேன்....
பொத்தான்கள் சட்டையிலின்றி கூச்சம் நிறைந்த ஆண்மகனாய் நான் பிறந்தேன்....
சில்லரை போடும் அளவிற்கு துளைகொண்ட ட்ரௌசர் கொண்டு விளையாட வறுமைக்கு ஆண்மகனாய் நான் பிறந்தேன்...
அழகிய குச்சமிட்டாய் வீசி சென்றவனின் எச்சில் எடுத்து உண்ட ஆண்மகனாய் நான் பிறந்தேன்...
அன்னை தந்தை இல்லாமல் அனாதை இல்லம் கூட ஏற்காத ஆண்மகனாய் நான் பிறந்தேன்...
மாடை மாளிகைகளில் மூத்தவனாய்....
மக்கு வம்சத்தில் முதலும் கடைசியுமாய்..
வேண்டாம் என்ற கருக்கலைப்பில் தவறி வந்த பிண்டமாய் ஆண்மகனாய் நான் பிறந்தேன்....
எல்லாம் கொண்ட இல்லத்தில் ஒன்று அரைகுறையாய்.. மற்றொன்று மதி நிறைவாய் இரட்டை ஆண்மகனாய் நான் பிறந்தேன்....
அத்தியாயம் முடிந்தாலும் ஆண்களின் அந்தாதி முடிவதில்லை.....
தொடரும்
... *ஆணாக நான் பிறந்தேன்....*

18. அவளின் விரல் நுனி

பெண்களின் விரல்களில் ஆயிரம் பாயிரவியல் உண்டு..

அதிலும் அவள் விரல் பிடித்துதான் வள்ளுவன் காமத்துப்பால் அதிகாரம் படைத்தானோ...

ஆழ்ந்த எண்ணத்தை தூண்டி விட...இங்கே வா என அழைப்பது அவள் விரலே...

என்னாவாயிற்று என்று தெரிந்தும்,தெரியாததாய் நடிக்கும் பானி-யில் அவள் கன்னம் தொடும் நுனிவிரல்....

காதலை சொல்லி விட எண்ணி கோலமிடும் கால் விரல் நுனி...

காளையர்களை வட்டமிட செய்யும் சிறு தின்பண்டங்களை தீண்டி புன்யபடுத்திம் விரல்நுனி....

பேருந்தில் தனை மறந்து தொட்டு விளையாடும் கம்பிகளில் ஐவி-ரல்...

ஏதோ சிறு பிழைகளில் புத்தகங்களை கசங்கிடும் நகங்கள் நீண்ட சிலவிரல்நுனி....

பதிவுகளை பக்கமாக சொல்ல விசைப்பலகை தொட்டடிடும் பத்-துவிரல்....

அந்த...அன்பான வேளைகளில் ...அவளே விரல் நுனியே....

19. வாழ்தல் அழகு

ஆம்...
இளமையில் வீண்பழி இல்லாமல் வாழ்தல் அழகு...
இங்கும் அங்கும் வசைபாடாமல் வாழ்தல் அழகு....
பெருமைக்காக தவறுகளை செய்யாமல் வாழ்தல் அழகு...
பெரியவர்களின் வாய்சொல் படி வாழ்தல் அழகு...
வருமானத்திற்கு ஏற்ப வாழ்தல் அழகு....
வானிலுருத்து குதித்தது போல் வாழாது வாழ்தல் அழகு...
பொய் இன்றி வாழ்தல் அழகு....
தேவைகளில் பொய்யை வாய்மையாக மாற்றி வாழ்தல் அழகு....
தென்னைக்கு எலி கூடு இல்லாமல் வாழ்தல் அழகு...
நன்னிலத்திலும் எலி வாழாது வாழ்தல் அழகு.....
அடுப்படிக்கு விடுப்பு விட்டு அம்மா வாழ்தல் அழகு...
அடுத்த நாள் உடல் வலியின்றி அப்பா வாழ்தல் அழகு....
ஆயிரம் எண்ணங்களில் ஏதாவது ஒன்று நடக்க வாழ்தல் அழகு....

20. நான் மாறிவிட்டால்

அனைத்தும் மாறிவிடும்
நான் மாறிவிட்டால்....
எவரும் கேள்வி கேட்கமாட்டார்
நான் மாறிவிட்டால்...
தெருவிளக்குகள் எரியாது
நான் மாறிவிட்டால்...
தெருவெல்லாம் குப்பைமேடு
நான் மாறிவிட்டால்....
குடும்பத்தில் சங்கடங்கள்
நான் மாறிவிட்டால்....
சுற்றி உள்ளோர்க்கு குதுகலங்கள் நான் மாறிவிட்டால்...
சனிப்பெயர்ச்சி என் வாழ்க்கை இலவசம்
நான் மாறிவிட்டால்...
குருபெயர்ச்சிக்கு விடுமுறை
நான் மாறிவிட்டால்...
அக்காக்களுக்கு சீர் இல்லை
நான் மாறிவிட்டால்...
அண்ணனுடன் உறவில்லை
நான் மாறிவிட்டால்...
இரவு உணவுக்கு வழி இல்லை
நான் மாறிவிட்டால்....
இதோ என் தாய் தந்தைக்கு யாருமில்லை
நான் மாறிவிட்டால்...
பூனைக்கு சோறில்லை

நான் மாறிவிட்டால்...

புதிதாக வாங்கிய ஆடுகளுக்கு இலைதழை இல்லை

நான் மாறிவிட்டால்...

சொந்த நிலத்திற்கு வழியில்லை நான் மாறிவிட்டால்...

வட்டி கட்ட பணமில்லை,பணியில்லை..

நான் மாறிவிட்டால்....

நண்பனின் கூடி பேச நேரமில்லை நான் மாறிவிட்டால்....

தோழியின் குழந்தைக்கு பெயர் வைக்க நான் இல்லை நான்மாறிவிட்டால்...

காதலியின் அழைப்புக்கு அலைபேசியில் ஒலி இல்லை

நான் மாறிவிட்டால்....

நேர்மைக்கு இடமில்லை

நான் மாறிவிட்டால்..

நேர்மையாக இருந்தால் எந்த இடத்திலும் பணியில்லை

நான் மாறிவிட்டால்....

அடிப்பணிந்து சாதிக்கலாம்

நான் மாறிவிட்டால்..

அயராது உழைப்பு வேண்டாம்

நான் மாறிவிட்டால்..

மேசைக்கு மேல் பணம் வேண்டாம்

நான் மாறிவிட்டால்...

மேல் மக்கள்..கீழ்மக்கள் பிரிக்கவேண்டாம்

நான் மாறிவிட்டால்....

நியாய விலைக்கடையில் வெகுநேரம் நிற்க வேண்டாம்..

நான் மாறிவிட்டால்....

விதைப்பவை எல்லாம் உணவாகும்

நான் மாறிவிட்டால்..

---#தொடரும்....

21. தலை நிமிரா மனம்

இல்லத்து முடிவுகளுக்கு இசைந்து போனது பெண்களின் மனம்...
இதுவல்லவா பெண் என்று வந்தவர் சென்றவருக்காக தலை குனிந்த்து...
கைகளில் தேயிலை நீர்...
கண்களில் சிறு பதட்டம்...
கணவனா அல்லது கோப்பை தேயிலை நிறைவில்
அங்கம் பார்த்து
போதும் போதாது
வேண்டும்..வேண்டாமென
சிறு தலையசைப்பில்
சொல்லிசெல்பவனா...
அரைமணியில் வாழ்க்கை துணை தயாரென மறைமுக பத்திர-மிட்டவன்....
இப்படி கடந்த காலங்களில்
இதோ சற்று மனரீதியான மாற்றம்...
வந்தது காலம்....பல காலம் நிமிராத மனங்களை நிமிர்த்த வந்த..
யாருக்கும் தலை நிமிரா மனங்கள்...

22. கிழித்தெறிந்த 2020

புதிதாக அணியப்பட்டது ஆணியடித்து நாள்காட்டி...
ஏற்கனவே முடிந்த காலத்தை கூறிவிட்டு விடைபெற்றது வெறும் காட்டி...
அப்படி என்ன சாதனை செய்தோம் என்று திரும்பி பார்த்தால் ஒன்றும் இல்லை...
பலருக்கு அரசு பணி..
பலருக்கு திருமணங்கள்..
சிலருக்கு அவமானங்கள்...
பலருக்கு இழப்புகள்...
பலருக்கு உறக்க நிலைகள்...
பசிக்கு மறுத்த நிலைகள்...
இப்படி அனைத்தையும் கடந்து வந்து யாரை எல்லாம் நாம் திருப்தி படுத்தினோம் என்றால் அது சுழி நிலைதான்...
எந்த ஆண்டு கடந்து சென்றாலும் இயல்புகள் நம்மை கடக்கதான் செய்கின்றன..
விரும்பி செய்பவன் ஒரு பக்கம் வெற்றி பெறுகிறான்..
மற்றொரு பக்கம் வேண்டி காத்திருப்பு பட்டியலில் சற்று மனம் தளர்த்து நிலை குழைந்து நிற்கிறான்..
நாமும் வருடா வருடம் வாழ்த்துகள் தெரிவித்து கொண்டுதான் இருக்கிறோம்...
யார் நிலையும் மாறப்போவதில்லை
மாற்றிட யாரும் முன் வருவதும் இல்லை..
உன் உழைப்பு உனக்கு சோறு போடும் என்ற எண்ணத்தில் பலர்...

தெய்வம் இருக்கிறதா,இல்லயா..என்று நம்பி வெற்றியில் தோற்றவரும்..எங்கே என்று பணத்தை புகைப்படத்தில் இரைத்தவர்களும் நம்முன் இருக்கதான் செய்கிறார்கள்..

ஆயிரம் உதாரணங்கள் சொன்னாலும்

ஏற்ளுக்கொள்ளும் மனங்களை அடுத்த நிலைக்கு செல்லும்..

பல சந்தோசங்கள,பல இன்னல்கள் நம்மை அடைந்தாலும், இந்த நாளை நன்னாளாக பாவித்து சற்று கடந்து செல்வோம் ..

நாளை கிழித்தெறியும் 1.1.2021 நாள் போல அனைத்தும் பழகி விட கூடும்...

ஆதலாம் நான் கிழிம்தெறிகிறேன் 2020-ஐ....

அனைவரின் மனம்போல்...என்வழி வாழ்த்துக்கள்...

வாழ்க வளநலமுடன்....

எல்லாம் சிறக்க வாழ்த்தி மகிழும்...

23. #கைத்தவறிய #கவலைகள்

கவலைகள் கடுகுகள்...

யாருக்கு கவலையில்லை..

நீர் சூழ்ந்த இடத்தில் மீன் இன்றி கொக்கிற்கு கவலை...

பத்து விரல்கள் கொண்டவனுக்கு பதினோராவது மோதிரம் அணிய வழியின்றி கவலை..

மூன்றுநாள் கஸ்டத்தில் முதுமையை எண்ணி பெண்ணுக்கு கவலை..

முத்தமிடும் சமயத்தில் ஈக்களின் சத்தம் கவலை...

முன் சென்றவன் நகராது அடுத்த நிலை கவலை...

ஏணியை பாதிகாத்து கால் முறிந்தால் கவலை...

காசு நிரம்பிய உண்டியலில் எல்லாம் காகிதமோ எனும் கவலை...

உணர்ச்சி பெருக்கெடுத்தால் நடுநிசி தூக்கமின்மை கவலை...

ஊசியில்லாத வீட்டில் உடுத்திய துணி கிழியலில் கவலை...

உனக்கு என் மேன்மை கவலை...

எனக்கு உன் வன்ம்ம் கவலை....

தேங்கிய நீருக்கு வெயிலால் கவலை...

உனை வீழ்த்த யாருமில்ல...

உனை தாழ்த்த யாருமில்லை..

ஏறிவா மேலே...சிகரத்தை கட்டி ஆடலாம்....

24. தேடல்

ஒவ்வொரு நாளும் அலைந்து திரிந்து இரைதேடி திரியும் மனதில் ஏனோ ஒரு வகையான தேடல்...
அன்றாடம் ஆசைகளை உள்ளடக்கி நடக்குமா நடக்காதா என்ற ஆழ்ந்த எதிர்பார்ப்பில் தனிமையில் தவிக்கும் மனங்களுக்கோ ஒரு வித தேடல்....
இதயம் பலகீனமாக உள்ளவர்களுக்கு இதமான இன்பம் கிடைக்-காதா என்ற தேடல்....
இதயம் பரிமாற நினைப்பவர்க்கு இன்றாவது இதயம் அவளுக்கு சேராதா என வேண்டுதலின் தேடல்...
அயர்ந்த உரக்கம் கலைந்தாலும் தெளிவாக மனமும்,உடலும் மாற எடுத்துக்கொள்ள நாமாக உதறித்தள்ளாத உறக்கத்தில் தேடல்...
நேர் எதிர் நிலைகளில் யார் வெற்றி காண்பார் என்று போட்டிக-ளின் உச்சத்தினுள் தேடல்....
இதோ என் எல்லாம் என கொடுத்து சிறக்கும் இயற்கைக்கு நாம் மீண்டும் பாழாக்காத சூழலே தேடல்....
கொஞ்சிடும் கிளிகளுக்கு கோவைப்பழம் பழுக்காதா என வட்ட-மிட்டு எங்கும் ஏங்கும் பஞ்சவர்ணங்களின் தேடல்....
தமிழுக்கு இருநூற்று நாற்பத்தேழை தாண்டியும் தேடல்...
தேடல்...என்றும் தேடல்....

25. பயணம்

அம்மாவிடம் ஆ வாங்கி கொள்ள குழந்தையின் ஓட்டம் பயணமது....

அப்பாவிடம் அலைபேசி வாங்கி கொண்டு வீட்டையே வலம் வந்த பயணமது...

ஆசையோடு அவளிடம் பேச கனவுலகத்தில் கரம்பிடித்த பயணமது....

ச்சி.. போ என்ற வார்த்தைக்காக கடல் கடந்த வருடமிகும் பயணமிது......

வாழ்க்கையின் வேண்டும்,வேண்டாம் என்று கடந்துவரும் ஒவ்வொரு நொடியின் நுனியும் இன்ப பயணமது....

26. மௌன நிழல்கள்

ஆம்..
ஏனென்று அறியாத இடத்தில் பிறந்திடும் கேள்வி மௌனம்....
சிறப்பு மிக்க இடத்தில்
சிந்தனை வளத்தில் மௌனம்...
சீரான நீரோட்டம்தனில் நிலையில்லாத ஒற்றையிலையில் மௌனம்....
எல்லாம் சரியாக அமைய
ஆணுக்கு கோவத்திலும் மௌனம்...
பெண்ணுக்கு அமைதியிலும் ஆழ்ந்த மௌனம்....

27. மங்கிய மனம்...

நீர் நிரம்பிய மூளை இது...
யார் நிரம்ப போராடுகிறது..
தேர் இழுத்து தெருவில் விடுகிறது..
யார் எனக்கு விளக்கமளிப்பது..
போர் மூண்ட மனதிற்குள்ளே
ஏர் பிடித்து உழுதுகொண்டேன்..
கார்கால மேகம் ஏறி
நீர் உறிந்து மழைப்பொழிவேன் என்னை.....
யார் வந்தால் என்ன...!
யாரையும் அளந்தால் என்ன....!

28. அந்த ஒரு தனிப்பயணம்...

யார் அந்த மனிதன்...
ஒரு தம்ளர் தண்ணீரிலும் மீதம் வைத்தவர்....
அணிந்த சட்டையை அடுத்த நாளும் உடுத்தி நகர்ந்தவர்...
மிளகாய் கட்டாத மிதிவண்டியில் தொடைவலி காணாது உணவுக்கு உழைத்தவர்....
யார் என்று தெரியவில்லை....
ஆடி ஓய்ந்தும் அக்கல் மஞ்சைப்பையுடன்...
மூக்கை உறிந்துக்கொண்டு மூக்கு கண்ணாடி உடுத்தியவர்....
அறியாமை மன்னன்.....
அன்றாடம் போடும்
அந்த ஒரு தனிப்பயணம்...

29. #ஏக்கம் #நிறைந்த #நிலங்களே....

ஆடிப்பட்டம் வந்துடுச்சு..- பட்டம் படிச்ச புள்ள தூங்கல....
ஆசதீர தின்ன சோறு- நாளை தின்போமா னு கான்கல....
நா இருக்க நீ இறுக்க- அங்க இறந்த கணக்கு தெரியல....
சாதி இருக்கு சனம் இருக்கு- மூனுவேளை சோறு வருமா வழியில்ல....
பத்துபேர கூட்டி வச்சு பேச நேரம் வகுக்கல...
வாசல் கோலம் போட்டு வச்சு போட்டோவில் நாட்டை நினைக்கல..
யாரு இருந்து என்ன பயன்...சோறு போட யார் இருக்கா....
"அட ஈர நிலமே...அறியா சனமே..."

30. #என் #இனிய #கைரேகையே....!

அனைத்து கோடுகளுக்கும் இங்கு அர்த்தம் உண்டு..
அர்த்தமறியா கோடுதனை என் கைகளில் போட்டது யார்....?
அம்மாவின் வேண்டல் எப்போது எனக்கு திருமணம்....
அப்பாவின் எதிர்பார்ப்பு என்காலில் நான் நிற்க எப்போது காலம் வரும்...
உடன்பிறப்புகள் வரும்க
போதெல்லாம் கடனாளி ஆகிறேன்..
அதனாலோ என்னவோ
என்னை எட்டிப்பார்க்க தயங்கி நின்றனர்....
கோட்டின் அருமை தெரியாது இருந்துவிட்டேனா...
இல்லை கோட்டின் வழிதெரியாமல் தயங்கி நிற்கிறேனா....
ஊராரின் பார்வையில் உயர்ந்தவர்போல் இருந்தாலும்
வாழப்பழ ஊசிகள் நொடிக்கு நொடி இறங்கி கொண்டுதான் உள்ளது....
ஏக்கப்பார்வையில் அவ்வப்போது நான் பார்த்துக்கொள்ளும் கோடுகளே....
காலத்தை கணிப்பதாக சொல்கிறார்கள்..என் உடன் பயணிக்கும் நீ எனக்கு மட்டும் சொல்லிவிட. கூடாதா.....
சுத்தமா கழுவி வந்தால் சுகமான வாழ்வு தருவாயா....
சற்றும் கஸடமில்லாமல் வைத்திருந்தால் காலத்தை கவலையில்லாமல் கொண்டு செல்வாயா....
சொல் என் ரேகையே....

வளமான என் இனிய கை ரேகையே....

31. #யாருக்கு #தெரியும்

யாருக்கு தெரியும்
காலம் கைக்கட்டி அமர வைக்குமென...
யாருக்கு தெரியும்
கண்களில் கண்ணீர் மல்குமென...
யாருக்கு தெரியும்...
கைகள் நடுங்க சூழல் வருமென..
யாருக்கு தெரியும்
காதல் மற்றவர் கை சேருமென..
யாருக்கு தெரியும்
பேருந்து பழுதாகுமென்று..
யாருக்கு தெரியும்
நெகிழி பை அறுபடுமென்று..
யாருக்கு தெரியும்
அம்மா அல்வா செய்வாரென்று..
யாருக்கு தெரியும்
அப்பாவிற்கு போனஸ் என்று..
யாருக்கு தெரியும்
அக்காளுக்கு மாமாவின் மீது ஆசை என்று..
யாருக்கு தெரியும்
அண்ணன் அப்பா ஆகிவிட்டான் என்று...
யாருக்கு தெரியும் அக்காள் மகளை
நான் முதலில் கையேந்துவன் என்று..
யாருக்கு தெரியும்
வங்கி கணக்கில் பணம் இல்லை என்று...

யாருக்கு தெரியும்
வயல் நிரம்பி பயிர் அழுகும் என்று..
யாருக்கு தெரியும்
ரேசனில் நியாயம் இல்லை என்று..
யாருக்கு தெரியும்
எதுவும் முடிவுறாது என்று...
யாருக்கு தெரியும்
இதயம் பலகீனம் என்று....
யாருக்கு தெரியும்
நான் யாரென்று....

32. #அவள்

நிலாக்களின் பிம்பம்...
கானல்நீர் ஆவியாக
அவள்..
நீர்சத்து குறைந்து விட்டது...
தாகம் என்கிறாள் என்னிடம்...
அவள்.....
அம்மாவின் சாவிக்கொத்து காணவில்லை...
ஏதுவான இடமாக ஆனது....
அவளின் இடை.....
மின்மினிகளின் சிரிப்பு..
மூக்குத்தியில் மின்னல்...
அவள்.....
பட்டாடையில் ஏதோ குறை...
அவள் அணியவில்லையோ..
இன்றும்....

33. #காலமே.....

கயிறுகட்டி போட்டுருந்தா கம்முனு நா இருந்திருப்ப..
மனச கட்டி போட்டுபுட்டா பாவிபய என்ன பன்ன....
கஸ்டத்துல சொல்லி அழ காரணகாரன் யாருமில்ல...
சரிதான் போனு தூக்கி போட்டி சத்து தர யாருமில்ல...
அம்மா அப்பா பரிதாபம்
சிரிச்சாலும் சந்தோசம்..
அழுதாலும் சந்தோசம்..
மகனுக்கு குடும்பமென
தலைசாச்சு தூங்குறான் அப்பன் அங்க...
என்ன சோறு சமைக்கலாம்னு விடியலபாக்கும் அம்மை அங்க....
யாரென்ன சொன்னாலும்
யார்க்காகவும் தலைசாய்காத
மானங்கெட்ட காலமே....
மனசே இல்லாத காலமே....

34. #மனம்

யாரையும் குறை கூறாது வாழ முடியாது..

யார்மீதும் குறையில்லாமலும் வாழ இயலாது....

நமக்காக செய்கின்ற அனைத்தும் ஏதோ ஒரு சூழலில் யாரோய பாதிக்கத்தான் செய்கிறது...

சுயநலமாக வாழ்வோர் மத்தியில் தன்னலன் மட்டும் கருதுபவர்தான் இந்த இக்கட்டான சூழலை தழுவுகின்றனர்...

வேண்டும் என்பதனால் இடம் கொடுத்து அவதிபடுகின்ற இயல்பின மக்கள் நாம்...

ஆயிரம் உறவுகளுக்கு விளக்கம் கொடுத்தாலும் நமக்கென்று தீர்வு எடுக்க இயலாத சொற்ப பிறவி நாம்..

ஆணோ..பெண்ணோ..அவரவர் மனப்போக்கில் இருந்துவிடல் நலம்...

சில காலம் வாழ்ந்த நினைவில் இருந்துவிட்டு போகட்டுமே இந்த அசைவில்லாத அசாதாரண #மனம்...

35. #என்னடா #வாழ்க்கை எனும்..இன்ப வாழ்க்கை....

மனதில் ஏதோ ஒருவித அழுத்தம்..காரணமறியாத சூழலில் கடந்து செல்கிறது நாட்கள்...

யாரிடம் சொல்வது..

எதை பறிமாறுவது..எதிர்பாராத இன்பம் வாராதா என்று எதிர்நோக்கும் நிமிடங்கள்....

காலத்தை எண்ணி எண்ணி..

இறந்தகாலத்தை எண்ணி எண்ணி

தவிப்புகளும்,ஏமாற்றங்களும் சூழ்ந்து கவலைக்குள்ளாக்குகின்றன...

இதற்கிடையில்...குடும்பம்..

காதல்,மனம் இப்படி யாதார்த்த உலக காரணிகளும் கடந்து செல்கிறது..

யாராலும் விளக்கம் கொடுக்க இயலாதாதாக மனக்கணக்கு கூட்டலாய்..கழித்தலாய்...கவலையைப் பெருக்கி..நிம்மதியை வகுத்துக்கொண்டுதான் இருக்கின்றன...

என்னடா வாழ்க்கை என கார்மேகம் சூழ கரைந்தும் கரையாத மேகங்களுக்கு இடையில் பொழியும் கவிகளாய்.....

நானும் அவளும்....

36. #பெருமழையின் #தூறல் #நீ

அடைமழையில் காத்து நின்றேன்...
அயராது பார்த்து நின்றேன்..
மெல்லிய காற்று
வயல் வரப்பில் ஆடிடும் நாற்று...
வளையல் சத்தம் கேட்டது போல
வான் இடத்தை இடிகள் சத்தம்...
வாசல் கோலம் மிதிக்காத பாதங்கள் தாவிச்செல்ல நீர்த்துளிகள் சுத்தம்.....
கொலுசுகளின் ஓசையில் மழைத்துளிகள் மயங்கி விழ...
கையில் குடைகொண்டு
இதழில் புன்னகை கொடைகொண்டு..
என்னுள் குடிகொள்ள வந்தவளே...
அந்த ஆழ்ந்த மழைச்சாரல்களில்
அடர்ந்த பெருமழையில்
அன்பு தூறல் நீ.....

37. (#அந்த #அழகிய #வேளை...)

அந்த அழகிய கரைகளில்
கல் அடுக்கு ஓரங்களில்..
அவளுடன் நனைகிறது கால்கள்...
ஓயாது பேசுகிறது இதழ்கள்...
அணைக்காமல் தாளமிடுகிறது கைகள்...
அறியாமல் ரசிக்கிறது கண்கள்...
அலை வந்த நேரங்களில்
நுரை துடைப்பதாய் கைகள் உரசிடும் அவள் பாதம்....
நீர் எடுத்து தெளித்து தோசம் தீர்த்திடும் அவள் குணம்...
அலை ஓய்வு அடையும் வரை அன்றாடம் விளையாடி மகிழ்வோம்...
அனைத்தும் அவளாய்...

38. #இன்று #பார்த்த #ஒரு #நிலா

ஆம்...

அழகோ அழகு...

என்றும் பார்த்திராத அழகிய தோற்றம்..

அடிமேல் அடிவைத்து வைத்த பொழுதெல்லாம் இதயத்தில் தசைகள் சுருங்கி விரிந்த்து....

சிரிப்புகளில் கொட்டிய மழை...

சினுங்களில் விழுந்த்து இடி....

புடவை நடையில் சொக்கியது மனது....

சின்னசின்ன சிரிப்புகளில் ஏங்கியது மனம்....

அளவான உடைகொண்டு அதற்கான இடைகோண்டாள்...

இடையேறிய பட்டாடை...இதயம் வரை உடுத்த செய்தது...

முந்தானையில் விரல் முத்தங்கள்...

உணவு அருந்தியதும் சின்னதோர் ஒத்தடங்கள்....

கன்னக்குழிகளின்

வியர்வை துளிகளும்...கனமழையை மிஞ்சும் முகம் மிஞ்சிய நீர்த்துளிகள்...

தூரமான சூழலில் நான் நிற்க....

மனமெல்லை அவளை சுற்றி.

அவள் அசைவுகளை சுற்றி.....

நான்...கண்டுகொண்டேன்

இன்று மலர்ந்த நிலவை......

39. ஏக்கம் நிறைந்த நிலங்களே....

ஆடிப்பட்டம் வந்துடுச்சு..- பட்டம் படிச்ச புள்ள தூங்கல....

ஆசதீர தின்ன சோறு- நாளை

தின்போமா னு காண்கல....

நா இருக்க நீ இறுக்க- அங்க இறந்த கணக்கு தெரியல....

சாதி இருக்கு சனம் இருக்கு- மூனுவேளை சோறு வருமா வழி-யில்ல....

பத்துபேர கூட்டி வச்சு பேச நேரம் வகுக்கல...

வாசல் கோலம் போட்டு வச்சு போட்டோவில் நாட்டை நினைக்கல..

யாரு இருந்து என்ன பயன்...சோறு போட யார் இருக்கா....

அட ஈர நிலமே...அறியா சனமே...

40. அம்மா

ஆயிரம் துன்பங்கள் வந்தபோதும்
அனுதினம் சோகம் வந்து போகும்
அத்தருணம் என் நினைவில்-பாசமிகு ஆறுதலை
அன்னைமடி தந்து போகும்.../
அரைநொடி கிடைத்தால் போதுமெனக்கு -என் அன்னையை நனைத்திடுவேன் முழுதாக அவள் நினைவாள் வந்த என் இன்ப கண்ணீர் கொண்டு...../
இயற்கை வரைந்த ஓவியம் கன்னி என்றானதோ-என்னைப்பெற்று இவ்வுலகில் அன்னை என்றானதோ...!/
அவள் கண்கலங்கவச்சி
கை கால்கள் நடுங்க வச்சு
என் சத்தம் காதில் விழ
அவள் சத்தத்தில் ஊரே எழ.../
வீல் என்ற ஒலி கேட்டு
கை கால்கள் ஆட்டம் விட்டு
பிறந்தவன் நான் என கேட்டு
கண்ணசத்தாள்..
என் கருணை கடவுள்...../
நான் போட்ட திட்டத்திலும்
அதில் பெற்ற பட்டத்திலும்
முன்வரி அவள்தானே....
என் முற்றும் அவள்தானே..../
விழி அசந்து பாத்துவிட்டு
நான் எங்கே என கேட்டுவிட்டு,பசிக்காக அழுவேனென்று..

தன்மார்பில் எனை அணைச்சு
பால் தந்தாய் பசி போச்சு..../
அப்பா வந்து எனைதூக்க..
பாத்து என அவள் காக்க..
பிஞ்சு விரலில் நெஞ்சம் தொட
நஞ்சும் கூட அமிர்தமானது
என் தந்தைக்கு..../
பசி வந்து நான் அழுதா பக்கத்துல தூக்கிவச்சு
பல ஆச மனசில் வச்சு
பசியாத்து விட்டுடுச்சு...../
நான் வளர நாள் உண்டு..
ஏன் வளர வேண்டும் இன்று...
என் அழுகை தடுத்தாலே
தன்மார்பில் மனப்பால் கொடுத்தாலே..../
கன்னியும் ஒருவகை கடவுளம்மா
என்னை கண்டெடுத்த கண்கடவுள்
என் அம்மா...../
பதினாறு நாள் வச்சு..
ஊர் சூழ பேர் வச்சு
உன்.வாயால் முத்தம் வச்சி
கை தொட்டு தூக்கயில கடும் தவம் செய்தேனம்மா..../
சுற்றத்தார் எனைக்கொஞ்ச
உன்னவரும் உனைக்கொஞ்ச
தன்மகனை தான் தூக்கி அணச்ச சுகம் போதும்ம்மமா..../
காய்ச்சல் வந்து நான் அழுதால்
உன் கண்கள் சிவந்த்தம்மமா
அந்த நேரம் காய்ச்சல் கூட கண்கலங்கி அழுத்ததம்மா.../

எனைதூக்கி பால் கொடுக்க
உன்மடிகாம்பை நான் கடிக்க
கஸ்டம் என என்னாமல் இன்பமாக ஏற்றவளே.../
வருடங்கள் பர உருண்டபோதும்
என் கால் தூக்கி தரையில் நான் நின்றபோதும்-என் கால்கள் நோவுமென உன் இடையில் வைத்தாயே....
இப்பொது ஏன் எனை அருகில் நீ வைத்தாயே...
நித்தமும் தவழ உன் இடை கொடுதாயே.../
குறுப்புகள் நான் செய்தால் குற்றம் நீ காணல...
அரும்பு மலர் பூத்தது போல் அள்ளிதினம் கோர்த்தாயே...
வேண்டும்ம்மா..வேண்டும்ம்மா..
அந்த சுகம் வேண்டும்ம்மா.../
என் நாவோ வலம்புரண்டு,வார்த்தை எல்லாம் கரைபுறண்டு கரை-யேறும் நேரத்துல முதல் கசிந்தசொல் உன்னதம்மா.../

41. நம்பிக்கை

எந்த ஒரு நரனும் அனைத்தையும் நம்பும் சுபாவம் கொண்டவரே....

சூழலுக்கு ஏற்ற மனம் அதிருப்தியை மட்டுமே தரவல்லது என்பதை அறியா மனங்கள் ஏராளம்....

விரல்பிடித்து அழைத்து செல்லும் அப்பாவின் நுனுவிரல் நம்பிக்கை....

ஈரத்துணியை நெற்றியில் வைத்து சுட்டைதணிக்கும் துணையின் இரு கை நம்பிக்கை....

முடியாத வயதில் மூன்றாம் கால் நம்பிக்கை....

முட்கள் குத்துகையில் இரத்தம் வராத மித ஆழ பதிவு நம்பிக்கை...

ஆறுமாத அவகாசத்தில் ஒருமாதம் அதிகமாக நீடிக்காதா என்ற அசட்டு நம்பிக்கை...

அவரவர் மனதிற்கேற்றார்போலே நாம் உள்ளோம் என்ற ஒரு நம்பிக்கை....

நடு ரோடு என பாராது பல குடும்பங்களின் யதார்த்த புணர்வு நம்பிக்கை......

நாட்கள் பாராது நலம் தேடுபவரது நம்பிக்கை...

நான்கு கால் வாகனத்தில் செல்லும் வரை உயிருடன் உற்ற தோழன் நம்பிக்கை மட்டுமே.....

நம்பிககையே...நலமே...

நான்

வணக்கம்

நான்...கார்கவி@சேகா என்கிற Er.Prof.சே.கார்த்திகேயன்.ME., படித்தது பொறியியல் துறை என்றாலும் எனக்கு தமிழில் அலாதி ஈடுபாடு உண்டு, எனது இளம் வயதிலே பள்ளிப்பருவங்களில் அனைத்து கவிதை போட்டிகளிலும் பங்கேற்று முதல் பரிசு பெற்றேன்..அந்த ஈடுபாடு இப்பொழுது வரை குறையவில்லை,குறைவதும் இல்லை. கிடைக்கும் சிறு வேளைகளில் எல்லாம் என் பேனை எழுதாத கவிகள் இல்லை, எனக்கு கடவுள் நம்பிக்கை உண்டு என் பெற்றோர்கள் எனது கடவுள்கள் என்பதால்... மூடநம்பிக்கை இல்லை,அதை எனது புத்தகம் தாங்களுக்கு தெளிவுபடுத்தும், எனது வரிகள் உங்களை பதப்படுத்தி மனதின் ஆழத்தில் அன்பின்,பண்பின், உயர்வின் அடுத்த நிலைக்கு கொண்டு செல்லும்...என்ற நம்பிக்கையுடன் எனது உரையை முற்றும் செய்கிறேன்...

நன்றி..

எல்லாம் நன்மைக்கே.. என்றும் என் பெற்றோர் ஆசியுடன்..

கார்கவி@சேகா நாகப்பட்டினம்

www.ingramcontent.com/pod-product-compliance
Lightning Source LLC
LaVergne TN
LVHW041545060526
838200LV00037B/1144

9781638501688